hươu cao cổ

giraffe

kangaroo

känguru

lỗi

fehler

con khỉ

affe

bạch tuộc

tintenfisch

con thỏ

hase

cá mập

hai

con hổ

tiger

yak

yak

ngựa rằn

zebra

cá sấu

alligator

chó

hund

con vẹt

papagei

động vật

tiere

cừu

schaf

sâu

wurm

kiến

ameise

con mèo

katze

con nai

hirsch

con voi

elefant

cá

fisch

gà mái

henne

kỳ nhông

leguan

sư tử

löwe

nốt ruồi

maulwurf

cú

eule

con lợn

schwein

gà trống

hahn

ốc

schnecke

gà tây

truthahn

cá voi
wal

con ong
biene

con vịt
ente

con khỉ đột
gorilla

chịu
bär

chim
vogel

gà

hähnchen

bò

kuh

cua

krabbe

con ngựa

pferd

mèo con

kätzchen

sóc

eichhörnchen

con bướm

schmetterling

lạc đà

kamel

cá heo

delphin

chim ưng

adler

gà con

küken

cáo

fuchs

ếch

frosch

con dê

ziege

hà mã

nilpferd

gấu trúc

panda

cún yêu

hündchen

chuột

mäuse

chim cánh cụt

pinguin

con rắn

schlange

nhện

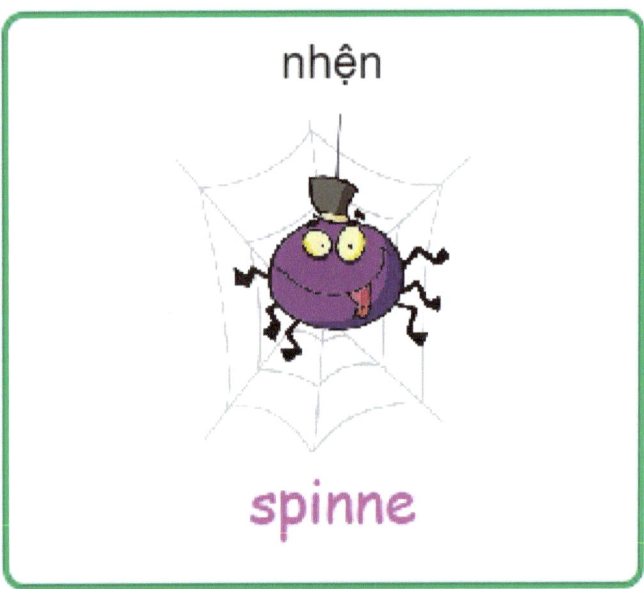

spinne

rùa

schildkröte

chó sói

wolf

ruồi

fliegt

côn trùng

insekt

gấu túi

koala

chim cun cút

wachtel

con chuột

ratte

chồn hôi

stinktiere

con báo

gepard

con thằn lằn

eidechse

ngựa

stute

đà điểu

strauß

con hàu

auster

bồ nông

pelikan

chim bồ câu

taube

tuần lộc

rentier

thiên nga

schwan

con cóc

kröte

con kên kên

geier

hải mã

walross

ngao

muschel

heo rừng	đầu gối
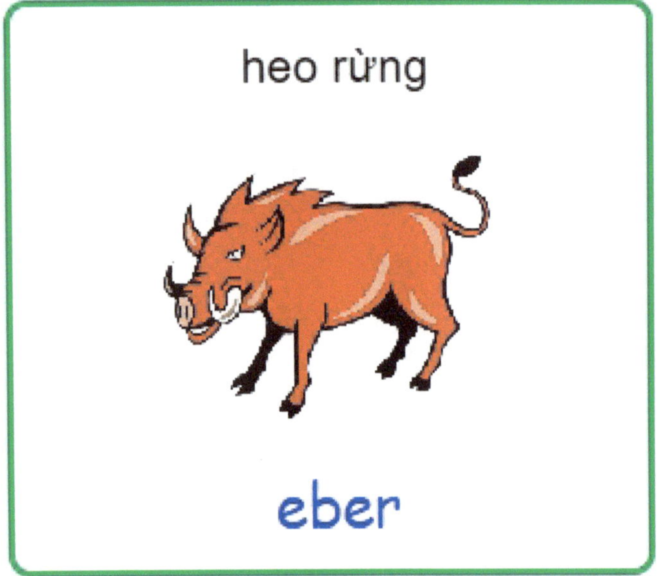	
eber	knie

tay	mắt
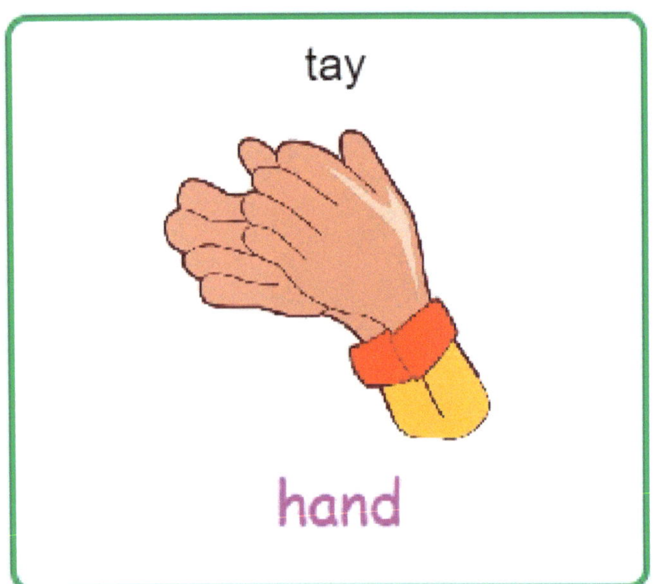	
hand	auge

cái đầu	chân

kopf	beine

tóc

haar

đôi tai

ohren

ngón tay

finger

mũi

nase

răng

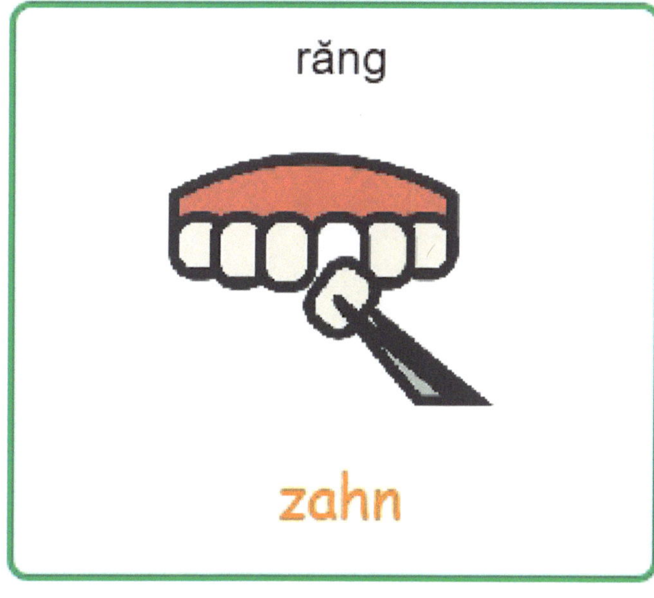

zahn

vai

schulter

cánh tay

arm

râu

bart

cái cằm

kinn

khuỷu tay

ellbogen

khuôn mặt

gesichter

miệng

mund

cái cổ

hals

ngón tay cái

daumen

lưỡi

zunge

cơ bắp

muskel

hông

hüfte

thân hình

karosserie

kem

eis

mứt

marmelade

dưa hấu

wassermelone

bánh ngọt

kuchen

trái cam

orange

sữa chua

joghurt

chanh

zitrone

sữa

milch

quả lê

birnen

táo

apfel

bánh mỳ

brot

dừa

kokosnuss

bông cải

brokkoli

đậu hà lan

erbsen

rau xà lách

salat

ớt

chili

quả anh đào

kirsche

trái chuối

banane

dâu

erdbeere

trái dứa

ananas

hạt đậu

bohne

cục kẹo

süßigkeiten

giăm bông

schinken

nước ép

saft

quả kiwi
kiwi

thịt
fleisch

quả hạch
nüsse

củ hành
zwiebel

sốt cà chua
ketchup

phô mai
käse

giống nho

traube

cà rốt

karotte

bánh pudding

pudding

mì

nudeln

đậu phụng

erdnuss

khoai tây

kartoffel

miếng bò hầm

steak

bánh rán

donuts

rau

gemüse

lạp xưởng

wurst

bánh nướng

kuchen

mật ong

honig

súp	trái bơ

suppe	**avocado**

sô cô la	pizza

schokolade	**pizza**

cà chua	cà tím

tomate	**auberginen**

dưa chuột

gurke

bưởi

grapefruit

bánh mì

sandwiches

đào

pfirsich

trứng

eier

mận

pflaume

trái thạch lựu

granatapfel

dâu rừng

himbeere

quýt

mandarine

lúa mì

weizen

bánh quy

plätzchen

nấm

pilz

cây củ cải

rübe

trứng cá

eicheln

ngô

mais

đứa bé

baby

nhà vua

könig

trẻ em

kinder

nữ hoàng

königin

con trai

junge

em trai

bruder

bọn trẻ

kinder

nông phu

farmer

cha

vater

con gái

mädchen

đàn ông

mann

mẹ

mutter

phù thủy

hexen

em gái

schwester

thợ hớt tóc

barbier

bạn

freund

bác sĩ

arzt

y tá

schwester

nhà ảo thuật

zauberer

nhiếp ảnh gia

fotograf

cướp biển

pirat

đầu bếp

koch

thiên thần

engel

hiệp sỹ

ritter

mỹ nhân ngư

nixe

công chúa

prinzessin

giáo viên

lehrer

cha

papa

nghệ sĩ

künstler

nhạc sĩ

musiker

người bán thịt

metzger

lãnh đạo

führer

giám đốc

manager

chính trị gia

politiker

anh ta

ihm

thợ làm bánh

bäcker

cướp

rauben

thợ mộc

zimmermann

cảnh sát

polizist

bồi bàn	cảnh sát

kellner	**polizist**

trẻ em	mẹ

kleinkinder	**mama**

con ở	máy bay

maid	**flugzeug**

xe hơi

auto

xe tay ga

roller

xe đạp

fahrrad

xe tải

van

xe buýt

bus

xe đạp

fahrrad

xe lửa

züge

xe tải

lastwagen

xe jeep

jeeps

taxi

taxi

toa xe

wagen

tên lửa

rakete

barrow

karren

trái bóng

ball

cờ

flagge

chảo

schwenken

cái bình hoa

vase

khăn tắm

handtuch

túi
tasche

cái bình
krug

ba lô
rucksack

tổ
nest

cây
baum

ô
regenschirm

núi lửa

vulkan

mỏ neo

anker

sợi

garn

dây kéo

reißverschluss

cổ áo

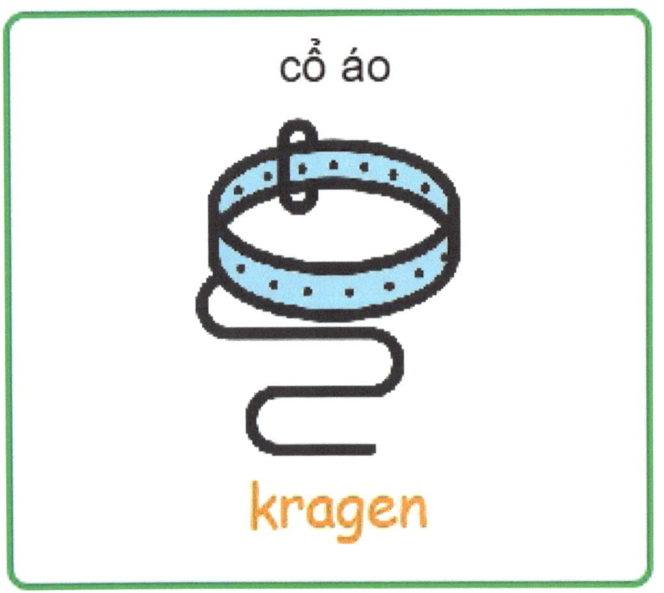

kragen

gương

spiegel

www.ingramcontent.com/pod-product-compliance
Lightning Source LLC
Chambersburg PA
CBHW042006110726
48006CB00004B/997